D1771983

பூவிதழ் உமேஷ் (1982)

தருமபுரி மாவட்டத்தில் நவலை என்ற சிற்றூரில் பிறந்தவர். அரசுப் பள்ளியில் ஆசிரியராகப் பணிபுரிகிறார். தமிழ், ஆங்கிலத்தில் கவிதைகள் எழுதுவதோடு சிறார்களுக்காகவும் எழுதுகிறார். இவருடைய கவிதைகள் ஆங்கிலம், பல்கேரியன், ஸ்பானிய மொழிகளில் மொழிபெயர்க்கப்பட்டு இதழ்களில் வந்துள்ளன/ வரவுள்ளன. மனைவி சுமதி, குழந்தைகள் பூவிதழ் சேகுவேரா, தூயநிலா ஓவியம். தற்போது மொரப்பூரில் வசிக்கிறார்.

சௌமா இலக்கிய விருது, படித்துறை இலக்கிய விருது, திருப்பூர் இலக்கிய விருது, தமிழ்நாடு முற்போக்கு கலை இலக்கியமேடை விருது ஆகிய விருதுகள் பெற்றுள்ளார்.

'எழுத்தெனப்படுவது' இவருடைய முதல் கட்டுரைத் தொகுப்பு.

'துரிஞ்சி' (2023 – எதிர் வெளியீடு)

வெயில் ஒளிந்துகொள்ளும் அழகி (2019 படி – வெளியீடு)

சதுரமான மூக்கு (2022–ஆகுதி பதிப்பகம்)

A Piece of Moonshine at Dinner (2022 – Writersgram Publication)

'எருமைக் கண் கடிகாரம்' (மலையாளத்தில் கவிதைகள்) மொழிபெயர்ப்பு P.S. மனோஜ்குமார் (Fabian books 2024)

சிறார் இலக்கியத்தில் 12 நூல்கள் எழுதியுள்ளார்.

email: poovithalumesh@gmail.com

தண்ணீரின் சிரிப்பு

(தமிழின் முதல் அஃபோரிச கவிதை நூல்)

பூவிதழ் உமேஷ்

எதிர்
வெளியீடு

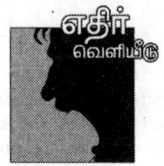

தண்ணீரின் சிரிப்பு
(தமிழின் முதல் அஃபோரிச கவிதை நூல்)
பூவிதழ் உமேஷ்

முதல் பதிப்பு: ஜனவரி 2024

எதிர் வெளியீடு,
96, நியூ ஸ்கீம் ரோடு, பொள்ளாச்சி - 642 002
தொலைபேசி: 04259 - 226012, 99425 11302

விலை: ரூ. 150

Thaneerin Sirippu
Poovithal Umesh

Copyright © Umesh

First Edition: January 2024

Published by
Ethir Veliyeedu, 96, New Scheme Road, Pollachi - 2
email: ethirveliyedu@gmail.com
www.ethirveliyeedu.com

ISBN: 978-81-19576-29-6
Cover Design: Lark Bhaskaran
Printed at Jothy Enterprises, Chennai.

All rights reserved. No part of this book may be reprinted or reproduced or utilised in any form or by any electronic, mechanical or other means, now known or hereafter invented, including Photocopying and recording, or in any information storage or retrieval system, without permission in writing from the Publisher.

என்னை அன்பால் நிரப்பும்...
சந்திரா தங்கராஜ்
ச. துரை
ஆகியோருக்கு

நன்றி

கணேஷ் ராம்
அமிர்தம் சூர்யா
கரிகாலன்
இளங்கோ கிருஷ்ணன்
ஆண்டன்பெனி
ந.பெரியசாமி
கதிர் பாரதி
வேல்கண்ணன்
நேசமித்திரன்
வெய்யில்
நரன்
அகரமுதல்வன்
வாசு முருகவேல்
K.C. செந்தில்குமார்
நாராயணி கண்ணகி
ராஜேஷ் வைரபாண்டியன்
கவிதைக்காரன் இளங்கோ
பிரியா பாஸ்கரன்
பெருந்தேவி
மலர்விழி
தேவசீமா
அம்சபிரியா
இரா.பூபாலன்
சோலை மாயவன்
பா. இராஜா
சி.வெங்கடேஷ்
சுபி
குடந்தை அனிதா
பாரதி மோகன்
சதீஷ்குமார்(மூசா)
சுசித்ரா மாறன
அம்பிகா குமரன்
லார்க் பாஸ்கரன்

எழுதுவது ஒரு சாலையின் ஓரத்தில் தனியாக நடப்பது போன்றது

கடவுளின் இருப்பை அனுபவிக்கிற பரவசம்

கவிஞர் கரிகாலன்

எழுதுதல் என்பதே புதுமை செயல்பாடுதான்.

தமிழ் போன்ற கனிந்த மொழியில் எழுதுவோருக்குப் புதுமை செய்யும் வேட்கை அதிகம். அது வள்ளுவன் தொடங்கி பூவிதழ் உமேஷ் வரையான தமிழ்க் கவிகளுக்கு இருப்பதில் ஆச்சரியமில்லை. சமீபகாலமாக நான் படித்த கவிகளுள் அதிகம் புதுமை செய்பவராக பூவிதழ் உமேஷ் விளங்குகிறார்.

சமீபத்தில் தமிழில் *aphorism* வகையில் அமைந்த கவிதைகளை பூவிதழ் உமேஷ் முயன்றிருக்கிறார். ஓர் உண்மையை அறிவார்ந்த முறையில் வெளிப்படுத்தும் சிறு தொடரையே *aphorism* என்கிறோம். மருத்துவ உண்மைகளைச் சுருக்கமாக எழுதிய ஹிப்போகிரேட்டஸின் வடிவமாக அஃபோரிசத்தை இலக்கிய விமர்சகர்கள் குறிப்பிடுகிறார்கள். கிட்டத்தட்ட இதே காலக்கட்டதில் எழுதப்பட்ட திருக்குறளையும் *aphorism* வகைமையில் சேர்க்கலாம்.

aphorism என்பதை பழமொழி, பொன்மொழி, ஞானமொழி, மணிமொழி இப்படி பல்வேறு வகைகளில் சொல்லலாம். அணுவைத் துளைத்தேழ் கடலைப் புகுத்தும் கலையிது. கனிந்த ஞானத்திலிருந்து விளையும் கவிவகை.

பூவிதழ் உமேஷுக்கு இளம் வயதில் இந்த ஞானம் சித்தித்திருக்கிறது. சங்கம் மருவிய காலத்தில் எழுதப்பட்டவை பதினெண் கீழ்க்கணக்கு நூல்கள். அவற்றுள் ஒன்று பழமொழி நானூறு. எழுதியவர் முன்றுரை அரையனார். சமண முனிவர். வள்ளுவர் சமயம் கடந்தவர். வள்ளுவத்தில் பௌத்தம் சமணம் விரவிக்கிடக்கிறது. உமேஷும் வள்ளுவரின், முன்றுரை அரையனின் தொடர்ச்சிதான்.

aphorism போலவே மேலும் சில வடிவங்கள் இருக்கின்றன. *Adage, Proverb, Idiom, Quote, epigram* போன்றவை அவை. இவை

aphorism போன்ற மயக்கத்தை உருவாக்குபவை. நாட்டார் வழக்கில் கையாளப்படும் பழமொழிகளையொத்தவை Adage, Proverb போன்ற வடிவங்கள். Idiom மரபுத்தொடர். நேரடியாக அர்த்தத்தை வழங்காமல் தொடர்புடைய வேறு பொருளை வழங்குபவை. உதாரணமாக kill two birds with one stone என்கிற Idiom ஒரே கல்லில் இரண்டு பறவைகளைக் கொல்வதைக் குறிப்பதல்ல. ஒரே நேரத்தில் இரண்டு வேலைகளை முடிப்பது! *epigram* என்பதோ ஒரு வேடிக்கையான திருப்பம். ஒரு நையாண்டி அறிக்கை. கிண்டல் அல்லது நையாண்டி. ஒரு அஃபோரிசம் எபிகிராமை உள்ளடக்கியிருக்கலாம். அதேவேளை எபிகிராம், அஃபோரிசம் ஆகிவிடாது.

ஆகவேதான் *Viking Book of Aphorisms* என்றொரு நூலில் W.H ஆடன் அஃபோரிசத்தை 'பிரபுத்துவ எழுத்து வகைமை' என்கிறார். மேற்கண்டவற்றிற்கான இடைவெளிகளை விளங்கிக் கொண்டால் அஃபோரிசம் வகைமையின் முக்கியத்துவத்தை நம்மால் உணர்ந்துகொள்ள முடியும்.

உமேஷின் அஃபோரிச கவிதைகள் எந்த அளவுக்கு புதிதாக, மலர்ச்சியாக, இருக்கிறதோ அதே அளவு திருக்குறள், பழமொழி போன்ற பழந்தமிழ் இலக்கியங்களின் தொடர்ச்சியாகவும் இருக்கிறது. அஃபோரிச வடிவத்துக்கே உரித்தான தத்துவச் செருக்கோடும் அங்கதத் தன்மையோடும் இவை மிளிர்கின்றன.

A woman without a man is like a fish without a bicycle. இரினா டன்னின் இக்கூற்றும் ஒரு விதத்தில் *aphorism* தான். *'if you judge a fish by its ability to climb a tree, it will live its whole life believing that it is stupid!'* எனும் ஐன்ஸ்டினின் கூற்றும் *aphorism* தான்.

பின்நவீனத்துவ இலக்கியங்கள் வளர்ந்த லத்தீன் அமெரிக்காவிலும் இன்று அஃபோரிசம் எழுதப்பட்டு வருகிறது. அதேவேளை நவீன இலக்கியவெளியில், அஃபோரிசத்திற்கான இடம் என்னவாக இருக்கிறது? என்றும் சிந்திக்க வேண்டியிருக்கிறது. சமகால அமெரிக்க அறிவியக்கத்தின் *Dark Lady* என்றழைக்கப்படும் மறைந்த சூசன் சொன்டாக் (Susan Sontag) அஃபோரிசத்தை, பிரபுத்துவ சிந்தனையின் அடையாளமாகப் பார்க்கிறார். அஃபோரிஸ்ட்டுகள் வாசகர்களை தங்களுக்கு சமமானவர்களாகப் பார்க்கவில்லை.

பொன்மொழிகள். '*The aphorism talks to you as if you were an idiot*' என்கிறார் பேட்டர்சன். '*There is nothing more difficult to define than an aphorism*' எனக்கூறுகிறார் உம்பெர்டோ ஈகோ. வாசகர்களின் நம்பிக்கைகளைப் பொருட்படுத்தாமல், உலகளாவிய பொது உண்மையைக்கூறி, வாசகர்கள் அஃபோரிசத்தை நம்பவேண்டும் என எதிர்பார்ப்பதாக W.H. ஆடன் குறிப்பிடுகிறார்.

'ஆசிரியர் இறந்துவிட்டார்' என நம்பும் காலத்தில் அஃபோரிசம் பொருந்துமா? என்கிற ஒரு சிக்கலான கேள்வியைதாம் இவர்கள் வெவ்வேறு வடிவத்தில் கேட்கிறார்கள். உலகில் ஒவ்வொரு குழுவுக்கும், உண்மைகள், நீதிகள், அறங்கள் வெவ்வேறாக இருக்கின்றன. ஆனால், அஃபோரிசங்களோ மூடுண்டவைகளாக இருக்கின்றன. அஃபோரிசத்தில், வாசகர்கள் தமக்கான திறப்பை கண்டடைவதில் சோர்வடைவதாக விமர்சகர்கள் கருதுகிறார்கள்.

நல்வாய்ப்பாக பூவிதழின் அஃபோரிசத்தில் இத்தகைய மூடுண்ட தன்மை இல்லை. ஒற்றை அர்த்தம் செயல்படுவதும் இல்லை. இறுதி அர்த்தங்கள் கொண்டவையாக இல்லை.

பூவிதழ் உமேஷ் அஃபோரிஸத்தை முற்றிலுமாக நவீனத் தன்மையோடு கையாள்கிறார். அவற்றில் இயங்குகிற அரசியல் நிச்சயம் பிரபுத்துவ அரசியலாக இல்லை.

> 'என் நாடு அற்புதங்களின்
> தொட்டில்
> அதில் புல்டோசர்களை நீங்கள்
> நிறுத்திய பிறகு
> மறைந்திருக்கும் சரஸ்வதி
> நதி அழுகிறது'

இந்தக் கவிதை எக்காலத்துக்கும், எல்லா நிலத்துக்கும் பொருந்தக் கூடியதாக இருக்கிறது. இயற்கையை அழிக்கிற அரசியல். எளிய மனிதர்களின் வாழ்விடங்களைக் கைப்பற்றுகிற, ஆக்கிரமிக்கிற அரசியல், என விரிவடைந்தபடி இருக்கிறது.

இது ஒரு நீதிமொழியாக இல்லை.

தன்னளவில் இது ஓர் உருவகமாக அணுகுபவர்களின் உளவிரிவுக்கேற்ப அனுபவங்களை வழங்கக் கூடிய கவிதையாக இருக்கிறது. உமேஷின் இன்னொரு கவிதை.

'என்னுடைய சொந்த வாழ்க்கையின்
பார்வையாளராக நான் இருப்பதால்
எனக்கு பொழுதுபோக்குக்குப் பஞ்சமில்லை'

இதைப் படிக்கும்போது ஷேக்ஸ்பியரின் *As you like it* நாடகத்தின் புகழ்பெற்ற வரிகள்தாம் ஞாபகத்துக்கு வருகிறது. இந்த உலகை, ஒரு நாடக மேடையாகப் பார்க்கிறார ஷேக்ஸ்பியர். இங்கு ஆண்கள், பெண்கள் அனைவரும் நடிகர்களே. வெளியேறவும், உள் நுழையவும் அவர்கள் வாயில்களைக் கொண்டுள்ளனர். உலக வாழ்வை ஓர் உண்மையாகப் பார்க்காமல், அதை ஒரு நாடகமாகப் பார்க்கிற பார்வை முக்கியமானது. இந்த வாழ்வு உண்மைகளால் மட்டும் ஆனதல்ல. அபத்தங்களாலும் ஆனது. இது தரும் அனுபவங்களுக்காக மகிழவோ அழவோ தேவையில்லை. சினிமாவில், நாடகத்தில் வரும் துன்பியலும் ஒரு காட்சி அனுபவமே. பொழுது போக்கே. இதைப் பெருவாழ்வு என துதிக்காமல், பொழுதுபோக்கு எனக் கடந்து செல்கிற நிலைதான், இதை ஒரு பொன்மொழியாக ஆக்காமல் நவீனத் தன்மையுடைய கவிதையாகவும் மாற்றுகிறது.

'துக்கத்தைப்போல
எதுவும் நெருக்கமாக இருப்பதில்லை.
எனவே துக்கத்தைப்போல
என்னிடம் நெருக்கமாக இருங்கள்'

என்று எழுதும் பூவிதழ் உமேஷ். இப்படி நிறைய ஆச்சரியப்படுத்துகிறார்.

மனிதர்களின் விசேட குணமே துக்கம்தான். ஒரு காடு துக்கமாக இருப்பதில்லை. ஒரு ஆடு துக்கமாக இருப்பதில்லை. துக்கம்தான் மனித இருப்பு. சுயமுனைப்புதான் மனிதர்களைத் துக்கமாக உணரவைக்கிறது. துக்கமானவர்களிடம் மனிதர்கள் ஆறுதலாக நடந்து கொள்கிறார்கள். பரிவு காட்டுவார்கள். மதங்களின் புனிதநூல்கள் அனைத்தும் துக்கமான மனிதர்களுக்காக எழுதப்பட்டவைதாம். வருத்தப்பட்டு பாரம் சுமப்பவர்களை எதிர்நோக்கித்தான் தன் இரு கைகளையும் விரித்து காத்திருந்தார் ஏசுநாதர். துக்கம்போல என்னோடு இணைந்திருங்கள் என்கிறாரே உமேஷ், இது ஒருவித மீ இறையியல் அணுகல்.

யோசித்துப்பாருங்கள். துக்கமாக இருக்கும்போதுதான் மனிதர்கள் மிகவும் இணக்கமாக இருக்கிறார்கள்.

அஃபோரிசத்தை ஞானமொழி என மொழிபெயர்ப்பது எவ்வளவு பொருளுடையதாக இருக்கிறது. அறிவுக்கும் ஞானத்துக்குமிடையே தூரம் அதிகம்.

அறிவாளி என்பவர் வெறும் பயோ கம்ப்யூட்டர்தான். ஞானம் இன்னும் உயர்ந்தநிலை. இக்கவிதைகள் எவ்வகையில் ஞான மணிகளாக உயர்ந்திருக்கின்றன?

உமேஷின் ஒரு அஃபோரிசம்,

'இருளைவிட
வெளிச்சத்தை நாம் அதிகம்
விரும்புவது என்பது
முன்பே இருக்கும் நாக்கைவிட
பிறகு முளைத்த பற்களை
விரும்புவது போன்றது'

இந்தக் கவிதையைப் படிக்கும்போது ஜலாலுதீன் ரூமிதான் இம்முறை தமிழகத்தில் வந்து பிறந்துவிட்டாரோ எனத் திகைத்தேன். சிறிய வாக்கியங்களுக்கிடையே எவ்வளவு செறிவு! எல்லாவற்றையும் புரிந்துகொள்ள விரும்புவது, அறிவது. எல்லாவற்றையும் அனுபவிப்பது ஞானம்.

இக்கவிதை ஞானத்தின் விளைச்சல்.

புத்தர் சொல்லும்போது அது ஞானத்தின் சொல். சீடர்களிடம் சென்றடையும்போது அது அறிவின் சொல்லாகிறது.

சராசரி மனம் அறிவை விரும்புகிறது. ஞானத் தேடலுக்கு *no mind* எனும் வெளியை உருவாக்க வேண்டியிருக்கிறது. நூலகத்தால் உங்களை அறிவாளியாக்கதான் முடியும். ஞானியாக்க முடியாது. ஞானம் என்பது இருப்பின் நிலை. நமது இருப்பின் நிலையை உணரவைப்பதற்கான ஒளியை தன் சொற்களின் வழி உருவாக்குகிறார் உமேஷ்.

'அன்றாட வாழ்க்கையில் உங்களுக்கு மகிழ்ச்சியைத் தரும் சிறிய விஷயங்களைக் கண்டுபிடிப்பது முக்கியம் என்று நான் நினைக்கிறேன்' என்கிறார் பாவ்லோ கோய்லோ.

'நம் கால்கள் ஒவ்வொரு
பாதையிலும் செல்ல
முடியாது
ஆனால் ஒவ்வொரு பாதையும்
நம் கால்கள் இருக்கும்
இடத்தில்
ஏதோ ஒரு வகையில்
இணைக்கப்பட்டிருக்கிறது.

இந்தக் கவிதை எவ்வளவு சிறியதாக இருக்கிறது. ஒரு நெடிய வாழ்வை வாழ்ந்து முடித்த மனிதனைத் தனக்குள் மூடி வைத்திருக்கும் மம்மியைப்போல.

உமேஷின் அஃபோரிசக் கவிதைகள் பார்க்க சிறியவைப் போல தோற்றம் தருவது ஒருவித மயக்கம். மேலும் வின்சென்ட் வான்கோ சொல்வதையும் நாம் கவனிக்க வேண்டியிருக்கிறது. 'சிறிய விசயங்களால் இணைக்கப்பட்ட தொடரால் செய்யப்படுபவைதான் பெரிய விசயங்கள்.' இந்தக் கவிதைகள் அதைத் தான் செய்கின்றன.

உமேஷ் கவிதைகள் நம்மை வாழ்வின் ஒரு முனையிலிருந்து மறுமுனைக்கு அழைத்துச் செல்கிற வேலையைச் சத்தமில்லாமல் செய்கின்றன. ஒரு வரியில் உள்ள ஒரு கவிதையைப் பாருங்கள்,

"ஆறுதலாகப் பேசுவது உலகின் பழமையான மருத்துவமுறை."

மிக இளம் வயதில் இத்தகு கவிஞானத்தை உமேஷிடம் கண்டு திகைக்கிறேன். திரும்பத் திரும்ப முக்கியமில்லாத வேலைகளை செய்வதின் சோர்விலிருந்து தப்பிக்கும் உபாயத்தை உமேஷ் அறிந்திருக்கிறார். படைப்பதுதான் விரக்தியிலிருந்து வெளியே வருவதற்கான உபாயம். உமேஷ் வெளியே வருகிறார். நம்மையும் வெளியேற்றுகிறார். இவர் கவிதைகள் ஒரு தியானம் போல் இருக்கின்றன. நம் மனதின் அமைதியான இடங்களில், சிறிய சொற்களை வெடிக்க வைத்து, கடவுளின் இருப்பை அனுபவிக்கிற பரவசத்தைத் தருகிறார். 'தண்ணீரின் சிரிப்பு' தொகுப்பின் மூலம் தமிழுக்கு ஒரு புதிய வடிவத்தைத் அளித்திருக்கிறார்.

'உங்கள் இதயம் எனக்கு ஒரு பள்ளத்தாக்கு' எனக்கூறும் பூவிதழ் உமேஷை நிரப்பிக் கொள்வோம்.

மொழி ஒரு விளையாட்டுப்பொருள்

பாலைவனத்தில் தனித்து தெரியும் மரத்தைப் போல கவிதை இருக்க வேண்டும் என்று நினைப்பவன் நான். என்னைப் பற்றியோ அல்லது உலகத்துடனான எனது உறவைப் பற்றியோ என்னை நானே கேட்கக் கற்றுக்கொண்ட விதம் கவிதையின் மூலம்தான். எனவே எல்லா இலக்கிய வடிவங்களை விடவும் கவிதை எனக்கு மிகவும் விருப்பமானதாக இருக்கிறது.

கவிதையில் எது முக்கியம் என்பதில் நான் உறுதியாக இருக்கிறேன். நல்ல கவிதைகளும் நல்ல கவிதைப் புத்தகமாக இருப்பதும் ஒருபுறம் என்றாலும் என்னுடைய கவிதை காலப்போக்கில் எப்படி மாற வேண்டும் என்பதைத் தெரிந்துகொள்ள வேண்டும் என்பதற்கான வெளிப்பாடாகத்தான் என்னுடைய ஒவ்வொரு கவிதைப்புத்தகமும் இருக்கிறது. இன்னும் சொல்லப்போனால் கவிதையில் எல்லாமே அனுமதிக்கப்படுகிறது - என்ற நிகனோர் பர்ராவின் கூற்றை மிக விரும்புபவன் நான்.

இந்தத் தொகுப்பில் உள்ள அஃபோரிச கவிதைகளும் நான் வெளிப்படுத்த விரும்பும் கருத்துக்களை வேறு விதமாக வெளிப்படுத்த வேண்டும் என்பதன் அடிப்படையிலேயே தான் அமைந்திருக்கின்றன. தமிழ்க் கவிதைகளின் எல்லைகளை விரிவாக்கும் மாபெரும் கனவு எனக்கு இருக்கிறது. அடுத்தடுத்து வெளிவர உள்ள என்னுடைய தொகுப்புகளில் அவற்றை நீங்கள் எதிர்ப்பார்க்கலாம்.

அஃபோரிசம் என்பதை நுண்மொழி என்று தமிழுக்கு முதன்முதலில் காப்காவின் அஃபோரிசத்தை மொழிபெயர்த்த கணேஷ் ராம் அவர்கள் குறிப்பிட்டிருக்கிறார் ஆனால் இதற்கான சரியான மொழிபெயர்ப்பு நம்மிடம் இல்லை. ஸ்பானிய இலக்கியத்தில் அஃபோரிசம் என்பது கவிதையின் ஒரு பிரிவாகத்தான் வருகிறது. எனக்கு இது பற்றிய ஐயம் இருந்தபோது என்னுடைய கவிதைகளை ஸ்பானிய மொழியில் மொழிபெயர்க்கும் என்னுடைய நண்பரும் கவிஞருமான Conroda

Zepedo Pallares, அவர்களிடம் கேட்டபோது அஃபோரிசம் அசலான கவிதைதான் என்றார். இந்த ஐயத்தை நான் ஏன் அவரிடம் கேட்டேன் என்றால் இன்று உலக அளவில் அதிகப்படியாக ஸ்பானிய மொழியில் தான் அஃபோரிசம் எழுதப்படுகிறது.

அஃபோரிசம் அதிக மேட்டிமைத்தனம் உள்ள, கருத்தியல் வெளிப்பாட்டுக்கானது என்ற கருத்துக்களை சில விமர்சகர்கள் கூறினாலும் அவை வெளிப்படுத்தும் படிம அழகியலுக்காகவும் நுண் சித்தரிப்புகளுக்காகவும் The pithiest literary form என்று உலகம் முழுவதும் கொண்டாடக்கூடியதாக இருக்கிறது. டிவிட்டரே ஒருவகையான அஃபோரிச வெளிப்பாட்டு மேடைதான். வாட்சப் பேஸ்புக் நிலைத்தகவல்களுக்கும் அஃபோரிசங்களே பெரிதும் பயன்படுபவையாக இருக்கின்றன.

எல்லா கவிஞர்களிடமும் அவர்களின் திருத்தப்படாத கவிதைக் குறிப்பேடுகளில் ஒருவரியிலோ, சில வரிகளிலோ அமைந்த படிமங்களாகவோ செவ்வியல் சித்திரங்களாகவோ கவிதையாகக் கூடிய நூற்றுக்கணக்கான அஃபோரிசங்கள் இருக்கும்.

பொதுவாக கவிதைகள் தனக்கென ஒரு வளத்தைக் கூடவே கொண்டு செல்லும் ஆனால் அஃபோரிசம் அதிகப்படியான கட்டற்ற தன்மையை கொண்டிருக்கிறது. கவரும்படியாக நாம் எப்படி வேண்டுமானாலும் எழுதலாம். ஒரு வரி என்பதை விட மூன்று நான்கு சொற்களில் கூட ஒரு அஃபோரிசம் முடிந்து விடும் மேலும் ஒரு படிமச் சித்தரிப்பாக ஓரிரு பத்தியாக எளிய உரையாடலாக உள்ளன. சில அஃபோரிசங்கள் ஒரு பக்கத்திலும் இருக்கின்றன. இதற்கு தனிப்பட்ட வரையறை எதுவும் இல்லை. அஃபோரிசத்தின் இந்தப் பண்பு அதன் பலமாகவும் பலவீனமாகவும் இருக்கிறது.

பல ஆயிரம் ஆண்டுகள் பழமையான இலக்கிய தொடர்ச்சி உள்ள தமிழ் மொழியில் தொல்காப்பியர் குறிப்பிடும் விருந்து என்னும் வனப்பு வகை, எல்லா வகையான புதிய இலக்கிய வகைகளுக்கும் இடம் அளிக்கிறது அந்த வகையில் நானும் ஒரு புதுமையான இலக்கிய வகையைப் படைத்து தமிழுக்கு அறிமுகப்படுத்துவதில் மகிழ்ச்சி அடைகிறேன். இதுவே தமிழில் எழுதப்பட்ட முதல் அஃபோரிச கவிதை நூல்.

இந்தத் தொகுப்பைக் கடந்த ஆண்டே கொண்டு வருவதாக இருந்தேன் சில காரணங்களால் அது தள்ளிப் போய்விட்டது. ஏறக்குறைய நானூறுக்கும் மேற்பட்ட அஃபோரிசங்கள் எழுதி இருந்தேன் அவற்றிலிருந்து தேர்வு செய்து இதில் உள்ளவற்றை தொகுத்திருக்கிறேன்.

எப்போதும் போல என்னுடைய எல்லா முயற்சிகளையும் வரவேற்கும் நண்பர்கள் இந்தத் தொகுப்பையும் பெரிதும் ரசிப்பார்கள் என்று நம்புகிறேன்.

இந்தத் தொகுப்புக்குச் சிறப்பான ஒரு அணிந்துரை எழுதியுள்ள கவிஞர் கரிகாலன் அவர்களுக்கும் அட்டைப்படம் லார்க் பாஸ்கரன் அவர்களுக்கும் நான் எழுதுவதற்கு ஊக்கமாகவும் ஆக்கமாகவும் இருந்து என்னை வழி நடத்தும் எனது மகன்கள், மனைவி மற்றும் பெற்றோருக்கும் என் அன்பும் நன்றியும்.

பூவிதழ் உமேஷ்
19-08-23
தொடர்புக்கு: 9865450446
poovithalumesh@gmail.com

1.

இன்று பூத்திருக்கும்
இந்தச் சின்னஞ்சிறு பூவை விட
நான் வயதானவன் அவ்வளவுதான்
என்னைப் பற்றி வேறு ஒன்றும் இல்லை.

2.

உங்கள் கழுத்து எவ்வளவு நீளமானதாக
வளையக்கூடியதாக இருந்தாலும்
கண்பார்வை
எவ்வளவு கூர்மையாக இருந்தாலும்
எட்டிப்பார்க்க முடியாத இடம் மறதி.

3.

தனித்த அலுவலகம் ஏதுமில்லாமல்
உலகத்தில் இருக்கும்
பெரிய நிறுவனம் காதல்.

4.

துக்கத்தைப் போல
எதுவும் நெருக்கமாக நம்மைப் பாதிப்பதில்லை
எனவே துக்கத்தை போல
என்னிடம் நெருக்கமாக இருங்கள்.

5.

இலைகள் உதிர்ந்த புதர்களின் வறண்ட கிளைகளுக்கு
இடையில்
ஒரு கழுதையின் வெறுந் தலையை நாங்கள் கண்டோம்
ஒருவேளை அது கோடையின் தலையாக இருக்கலாம்,
அங்கே ஈர நிற கற்களைச் சுற்றி
சில பெரிய சிறிய நீல பூக்கள் உலர்ந்து ஒட்டியுள்ளன
அவற்றின் பெயர்கள் தெரியவில்லை
ஒருவேளை அவை கோடையின் பெயராகக்கூட இருக்கலாம்.

6.

மேலே இருந்து விழும் காகிதம்
பறவையை பற்றிய
எந்தவிதமான அறிமுகமும் இல்லாமல்
பறவை போல நடிக்கிறது.

7.

உழுத நிலம்
அதன் மிருதுவான நிலையில்
அதைப் பார்க்கத் தெரிந்தவர்களுக்குக் கடல்.

8.

இலையுதிர் காலத்தில்
கடல் எந்த இலையையும் உதிர்ப்பதில்லை
ஆனால் உப்பளம் எங்கும் கடலின் சருகுகள்.

9.

அவள் பிரிந்து சென்ற இந்நாளில்
நான் என் வாழ்க்கை வரலாற்றில்
மறக்கமுடியாத ஒரு பக்கத்தை எழுதியுள்ளேன்
நான் அதை காலியாக விட்டுவிட்டேன்.

10.

என் நாடு அற்புதங்களின் தொட்டில்
அதில் புல்டோசர்களை நீங்கள் நிறுத்திய பிறகு
மறைந்திருக்கும் சரஸ்வதி நதி அழுகிறது.

11.

சூரியனை விடவும்
நிலவை விடவும்
மழையை நம்பலாம்
ஏனெனில்
நாம் பூமிக்கு அடியில் போனாலும்
எப்படியாவது நம்மைத் தொட கை நீட்டும் மழை.

12.

தாகம் உள்ளவருக்கு
யாரோ ஒருவர் தரும் தண்ணீரின்
ஒவ்வொரு துளியும்
ஒரு நல்ல காதல் கடிதம் போல இனிக்கிறது.

13.

சில அழகான பெண்களிடம் உரையாடும்போது
அவர்கள் வெளிப்படுத்தும்
அறிவை கவனித்தால்
எனக்கு இப்படி தோன்றுவது உண்டு
இனிமையான தேனிற்கு
குறைந்த வாசனையே இருக்கிறது.

14.

ஆறுதலாக பேசுவது உலகின் பழமையான மருத்துவமுறை.

15.

சிரிப்பை முகத்தில் காட்டுவதற்குப் பதிலாக
உடலில் வேறு எங்காவது காட்டலாம் என்றால்
நான் உள்ளங்கையில் காட்டுவேன்.

16.

வயதான உழவனுக்கும் பாலியல் தொழிலாளிக்கும்
குழந்தைக்குத் தங்கக்கரண்டியில் உணவூட்டுவது போல
ஓய்வூதியம் தரவேண்டும்.

17.

நான் பாலைவனத்தில்
ஒரு வசனத்தை எழுதி உள்ளேன்
அதை வானத்திலிருந்து மட்டுமே படிக்க முடியும்.

18.

ஒரு வாக்கியத்தில்
சரியான இடத்தில் வைக்கும்
ஒரு காற்புள்ளி
மரத்தின் மீது அமர்ந்து பாடும்
சிறு பறவை போன்றது.

19.

உங்களை அப்படி பார்க்கிறாளே யார் அவள்?
என்ற ஒரு வாக்கியத்தோடு,
மனைவி உரையாடலை முடித்துவிட்டால்
அப்போதைக்கு
அதுதான் கருணை மிகுந்த கேள்வி.

20.

எனக்குப் பறப்பதற்கு
இறக்கைகள் எதுவும் முளைக்கவில்லையே
என்ற கவலை எதுவுமில்லை
நான் மரிப்பேன்
நான் புதைவேன்
நான் மண்ணாவேன்
தூசாகி
காற்றில் பறப்பேன்.

21.

என் அன்பை உங்களிடம் சத்தமாக சொன்னது போல்
இருக்கிறது
நான் பேசியதை எதிரொலிக்கின்றன இந்த சுவர்கள்.
எப்படி சொல்லுவேன்
என்னைச் சிறு பகுதியாக உடைத்து எடுத்ததே என் சொற்கள்
என்று.

22.

தூக்கத்தில் வரும் கனவினால்
அழகைப் பராமரித்துக் கொள்ளும் சில பெண்கள்
உலகில் அரிதாக இருக்கிறார்கள்
அப்படியான ஒருத்தியிடம்
என் காதலின்
நல்ல சொற்களைப் பயன்படுத்த காத்திருக்கிறேன்.

23.

இரண்டு வேப்பமரங்களை
குதிரையாகப் பூட்டிய தேரில்
நான் வருகின்றேன்
குளிர்ந்த காற்றுக்கு மூன்று காரணங்கள்
என்னையும் சேர்த்து.

24.

உருளைக்கிழங்கைத் தவறாக உரிப்பதைப் போல
ஒரு முயலை தோலுரித்திருக்கிறார்கள்
உப்பு காரம் அதிகமானாலும் கவலைபடமாட்டார்கள்
மதுபுட்டியுடன் இருப்பவர்கள்.

25.

ஒரு வதந்திக்குள் இருக்கும்
பெண்ணைப் பற்றிய கதைகளின் எண்ணிக்கை
முடிவிலி.

26.

நாம் கற்பனை செய்கிற அனைத்தும்
ஏதோ ஒரு காலத்தில் உண்மையாக இருந்தது
அல்லது எதிர்காலத்தில் உண்மையாக இருக்கும்.

27.

ஒரு நாள்
அவள் என்னிடம் கூறினாள்,
"நீ றெக்கை இல்லாமல் பிறந்த பறவை" என்று
அதன் பிறகே
நான் பறக்கிறேன்.

28.

இலைகள் ஏதும் இன்றியும்
சில மரங்கள் இருக்கின்றன
எப்போது பெய்தாலும்
சில மழைத்துளிகளை
இலைகளாக ஒட்டிக்கொள்கின்றன
தற்காலிகம் என்பதும் வாழ்வுதான் என்று.

29.

உங்கள் வயதை
ஏதாவது ஒரு எண்ணால் பெருக்கினால்
ஒரு பெண் வருகிறாளா?
இனி உங்களால் தூங்க முடியாது
பேயைப் போல
காதல் உங்களையும் பிடித்துக்கொண்டது.

30.

வாசிப்பது பற்றி என்னிடம் இரண்டு குறிப்புகள் உள்ளன.
பூங்காவில் படிக்கும் வாசகர்
புறாக்களுக்கு வார்த்தைகளை ஊட்டுகிறார்.
ஒரு புதிய புத்தகத்தை வாசிப்பவர்
ஒரு புதிய தெருவில் குடியேறுகிறார்.

31.

பூக்களைப் புகைப்படம் எடுக்கும் ஒருவர்
அதன் வாசத்தை
புகைப்படத்தில் கொண்டுவர மிகவும் முயல்கிறார்
அதன் ஒற்றைப் பரிமாணம்
பிரதமரை ஞாபகப்படுத்தியவுடன்
இயல்பு நிலைக்குத் திரும்புகிறார்.

32.

எதையாவது நினைத்தபடி
தனியாகச் சிரிப்பது
அல்லது தனியாகப் பேசுவது
ஒருவகையில் கடவுளை நம்புவது
அல்லது கடவுளாக வாழ்வது போன்றது.

33.

வேலைக்குப் போகும் பெண்
இரண்டு முதுகுகளை உடைய குதிரை.

34.

ஒருவரைக் காதலித்த நினைவு
ஒரு நல்ல விஷயம்
எப்போதும் பசுமையான மரத்தின் உச்சியைப் போல,
மெதுவாக
எங்கோ அசைந்து கொண்டிருக்கும்.

35.

நம் கால்கள்
ஒவ்வொரு பாதையிலும் செல்ல முடியாது
ஆனால் ஒவ்வொரு பாதையும்
நம் கால்கள் இருக்கும் இடத்தில்
ஏதோ ஒருவகையில் இணைக்கப் பட்டிருக்கிறது.

36.

பொய்யைத் தீங்கு விளைவிக்கப் பயன்படுத்தும் அளவுக்கு
நன்மை விளைவிக்கப் பயன்படுத்தினால்
உண்மையை விட
பொய் எல்லோராலும் விரும்பப்படும் ஒன்றாகிவிடும்.

37.

நீங்கள் கண்களை மூடிக்கொண்டு சில வார்த்தைகளை
எழுதுங்கள்
அது எதிரில் இருப்பவர்களின் கண்களைப் பற்றி
கவலைப்படாது.
நீங்கள் காதுகளை மூடிக்கொண்டு சில வார்த்தைகளை
பேசுங்கள்
அது எதிரில் இருப்பவரின் காதுகளைப் பற்றி கவலைப்படாது.
அப்புறம் என்ன
நீங்கள்
இந்த நாட்டில் அதிகாரம் மிக்க ஆட்சியாளர் ஒருவரைப் போல
மாறுவீர்கள்.

38.

கால்களை மேகங்களின் மீது ஊன்றி நடப்பவர்
தண்ணீரைத் தேடி அலைபவராகவும் இருக்கலாம்
அதனால்
தண்ணீரைச் சிக்கனமாகப் பயன்படுத்துங்கள்.

39.

நல்லப் புத்தகத்தின் ஒவ்வொரு தாளையும்
ஒரு கதவு போல திறந்து
உள்ளே போகிற வாசகன்
கடைசியில் ஒரு தேவதையிடம் கை குலுக்குகிறான்.

40.

இருளை விட
வெளிச்சத்தை நாம் அதிகம் விரும்புவது என்பது
முன்பே இருக்கும் நாக்கை விட
பிறகு முளைத்த பற்களை விரும்புவது போன்றது.

41

மிக அடர்த்தியான இருளிலும்
உங்களை உள்ளிருந்து அடையாளம் காண்கிறேன்
கடல் போன்று ஒளி பரவிய நேரங்களில்
உங்களை அடையாளம் காண முடியாதா?

42.

சொற்களை என்றென்றும் பயன்படுத்த வேண்டிய குடிநீரைப் போல
கவனித்து பயன்படுத்துங்கள்.
தாகத்திற்கும் அதிகமாக எவ்வளவு குடிக்க முடியும்?
அதனால் பதிலுக்கு ஏற்ற சொற்கள் போதும்.

43.

பகிர்ந்து அளிக்க தெரிந்தவர்கள்
கடவுளோடு சேர்ந்து சாப்பிடுகிறார்கள்.

44.

பூமியில் நாம் பெற்ற முதல் பரிசு சூரியன்
இரண்டாம் பரிசு நிலா
முதல் பரிசைத் தாவரங்கள் அதிகம் விரும்புவது போல
இரண்டாம் பரிசை மனிதர்கள் அதிகம் விரும்புகிறார்கள்.

45.

அவன்-
'என் பெயரைச் சொல்' என்று
அவளிடம் கேட்ட பிறகு
உச்சரிக்கும் அவளின் உதட்டை
முத்தமிடுவதை விட அதிகம் விரும்பிப் பார்க்கிறான்.

46.

என்னால் ஒரே ஒரு காதலோடு மட்டும் வாழ்ந்துவிட முடியாது
என்று
நான் கடைசியாகக் காதலிக்கும் பெண்ணுக்கும் தெரியும்.

47.

உங்கள் விருப்பமானவருக்கு
ஒரு முறை
பூங்கொத்துக்குப் பதிலாக இலையைக் கொடுங்கள்
மாற்றி யோசிப்பது
வாழ்விற்குப் புது சுவையூட்டும்.

48.

பொய்யை நேர்த்தியாகச் சொல்கிறவர்கள் யாரும் வறுமையில் இருப்பதில்லை
ஆனால் உண்மையை சுமந்து திரிபவர்கள் பாடு பரிதாபம்.

49.

காதல் தருகிற துன்பத்தை கணக்கில் எடுத்துக் கொள்ளாவிட்டால்,
நினைக்கும்முன்பு இன்பம் தருவது
காதலைப் போல எதுவும் இல்லை.
(நன்றி - திருவள்ளுவர்)

50.

ஆண்கள்
காதலிக்கும் பெண்களிடம் சொல்லும்
மொத்த பொய்யில்
நூறில் ஒரு பங்கு கூட மற்றவர்களிடம் சொல்வதில்லை
பெண்கள் எதைச் சொன்னாலும்
ஆண்கள் எல்லாவற்றையும் உண்மை என்றே நம்பிவிடுவதால்.
பொய்யும் உண்மையும் பூமியில் சம அளவில் உள்ளன.

51.

களிமண்ணில் செய்த படகில் எவ்வளவு தூரம் போக முடியும்
பொய் சொன்ன பிறகு.

52.

உலகில் குறைந்த அளவு பின் விளைவு ஏற்படுத்துவதும்
அதிகம் பயனற்றதுமான சொற்களை இருவர் பேசிக்
கொள்கிறார்கள்
அவர்கள் காதலர்கள்.

53.

ஒரு கூட்டத்தில்
கடைசியாகச் சிரிப்பவர்
நடிக்கலாம்
அல்லது காதுகேளாதவராக இருக்கலாம்
அல்லது கடவுளாக இருக்கலாம்
ஏனெனில் எல்லா ஆய்வு முடிவுகளின்படியும்
கடவுளுக்கு 90% காது கேட்பதில்லை.

54.

விடிந்ததும் தெரிகிற நிழல்களைக் காட்டி
இரவை அரைகுறையாய் கட்டி வைத்திருக்கிறேன்
என்று சொல்பவன் கெட்டிக்காரன்.

55.

ஒருவன் நீண்ட நேரமாக மழையில் நடந்து வருகிறேன் என்றால்
எவ்வளவு நனைந்திருப்பான்
அதைவிட அதிகமாக
ஒரு துளியில் நனைவதற்கு
சில பெண்களுக்குத் தெரியும் என்பது
ஒரு பழைய கதை.

56.

சில வேறுபாடுகளைத் தவிர
ஏரியும் கடலும் ஒன்றுதான் என்பது போல
ஆண் பெண் இருவரிடம் இருக்கும் சில முரண்பாடுகள் தவிர
எல்லோரும் ஒன்று தான் நிறுவ முயல்கிறார்கள்.

57.

அன்பும் சிகரெட்டும் சமமாக ஆபத்தானவை
என்பது அனைவருக்கும் தெரியும்
ஆனால் சிலர்தான் அதை கைவிட
விரும்புகிறார்கள்
அதிலும் சிகரெட்டை கைவிடுபவர்கள் மிகச்சிலரே!

58.

ஒரு உண்மையை வைத்துக் கொண்டு எழுதுவது
சூரிய வெளிச்சத்தில் நடப்பது போன்றது
ஒரு கற்பனையை வைத்துக் கொண்டு எழுதுவது
நிலா வெளிச்சத்தில் நடப்பது போன்றது.

59.

எந்த ஒரு மனிதனையும் சந்திக்கும் போது
அவரின் பாதியைத்தான் சந்திக்கிறோம்
மீதியை ஒருவேளை நினைவில் சந்திக்கலாம்.

60.

நாம் விரும்புகிறவருடன் செல்ல
சிறந்த போக்குவரத்துச் சாதனம்
கால்கள்.

61.

வளைந்த கம்பியை
எவ்வளவு நேராக்கி
அசல் நிலைக்குத் திருப்ப முயன்றாலும்
அதன் நினைவகத்தில்
அது வளைந்தபடிதான் இருக்கும்
இது மனிதர்களின் குணங்களுக்கும் பொருந்தும்.

62.

பழக்கப்படுத்தப்பட்டவைகளால் வாழ்வில் நிறைய
தவறவிடுகிறோம்.
நீரூற்றும் போது
பூச்செடியின் இலைகள் ஒரு கணம் கைகளாக மாறுவதை
நாம் கவனிப்பதில்லை
பூக்களையே அதிகம் பார்ப்பதால்.

63.

நம்மைப் பற்றிய முதல் பொய்க்கும்
கடைசி பொய்க்கும் நடுவில்
எவ்வளவு சிரித்துக்கொள்ள முடியுமோ அவ்வளவு சிரிக்க
வேண்டும்.

64.

நாம் நிறைவேற்றிய வாக்குறுதிகள்
மழைக்காலத்தில் தங்குவதற்கு உதவும்
பாதுகாப்பான வீடு போல
உதவி செய்யும்.

65.

என்னுடைய சொந்த வாழ்க்கையின் பார்வையாளராக
நான் இருப்பதால்
எனக்கு பொழுது போக்குக்குப் பஞ்சமில்லை.

66.

காதலியைப் பிரிந்து இருப்பவருக்கு
ஜப்பானியர்கள் விரும்பும்
வட்டமாக வெட்டப்பட்ட எலுமிச்சை தேன் ஊறுகாய் போல
ஒரு கனவு வரும் அதற்கு மூன்று சுவை
இனிப்பு புளிப்பு உப்பு
ஆனால் விடிந்ததும் பிரிவு என்ற ஏழாவது சுவையே நிரம்பி
இருக்கும்.

67.

கிருஷ்ணனிடம் இருக்கும் அதிகமான காதல்
பெண்களை அழகாக்குகிறது
அதில் ஒரு பகுதி கிடைத்தால்
போதும் என்பதே எல்லோருக்கும் ஆசை.

68.

எந்த குருவுக்கும்
முதல் சீடன் அவருடைய நிழல்,
கடைசி சீடன் அவருடைய மூச்சு.

69.

மச்சம் எங்கிருந்தாலும் அழகாக இருப்பதற்கு
அது பெண்களிடம் இருக்க வேண்டும்.

70.

எங்கு செல்கிறோம் என்று தெரியாதபோது
ஏன் வேகமாக ஓட வேண்டும்?
இந்தக் கேள்வியை எல்லோர் கையிலும் பரிசாக தந்துவிட்டால்
உலகம் பாதி அமைதியாகிவிடும்.

71.

மாலை மங்கி இரவு தொடங்கும்போது
மதுக்கடைகள் தனிமையால் நிரம்பி இருக்கும் நகரம்
எவ்வளவு நோயில் நிறைந்திருக்கும்?
நினைக்கவே இதயம் நடுங்குகிறது.

72.

வரிசை ஏதுமற்ற நினைவுகள் உங்களிடம் இருந்தால்
அதிகமான கட்டுக்கதைகள் நிரம்பியுள்ள மனிதர் நீங்கள்.

73.

மௌனம் கசப்பைக் குறைக்கிறது.

74.

தண்ணீர் கூட விசித்திரமாக இருக்கும் மனநிலை
மனிதர்களுக்கு வருவதுண்டு,
அப்போது காற்றின் எடையை உணரலாம்.

75.

எனக்கு என்று ஒரு இடம் இருக்கிறது
அது நான் தான்.

76.

ஊனமுற்றவர்களுக்கு முன்னால்
பறவைகள் மிக வருத்தத்தோடு பறக்கின்றன
அவர்களின் அன்பை நினைத்து
தரையில் நடக்கின்றன.

77.

பூமி அழுவதாக இருந்தால்
தாவரங்களின் விலங்குகளின் காயத்திற்காகவே அழும்
மனிதர்களுக்காக அல்ல.

78.

மெசபடோமியாவில் கிடைத்த
ஐந்தாயிரம் ஆண்டு பழைய
காதல் கடிதத்திலிருக்கும் காதலைக் கடந்து
இன்னும் யாரும் காதலிக்கவில்லை.

79.

கடல் பற்றிய மிகச் சிறிய சித்திரம் கண்ணீர்
மிகப் பெரிய சித்திரம் நீலவானம்.

80.

நதியில் கால் வைத்து அமர்ந்திருப்பவன்
நதியை இரண்டாகப் பிரிக்கிறான்.
தொலைவில் இருந்து வருவதை காலுக்கானது எனவும்
கடந்து போனதை கடலுக்கானது எனவும் பிரிக்கிறான்.

81.

புதியதாக உண்டாகும் ஏக்கம்
பாதி மகிழ்ச்சியைத் தருகிறது,
அந்த மகிழ்ச்சியை நீண்டகாலம் நிலைநிறுத்த முடியாது.

82.

கண்ணுக்குத் தெரியாத ஒன்றைப் பார்க்க முயலும்போது
எல்லோரும் பார்வையற்றவரே.

83.

சொற்கள் மாறுவேடம் அணிந்து கொண்டால்
குடிகாரர்களும் மனம் பிறழ்ந்தவர்களும் சரியாகப் பேசுவார்கள்.

84.

எலியை வளைக்குள் பார்த்துவிட்ட பூனை
அதன் கால் தடத்தின் மீதே
அமர்ந்து ஓய்வெடுக்கிறது
உலகம் ரொம்ப சிறியது என்பது போல.

85.

நீங்கள் மறைக்கிற அனைத்தும் எப்படி ரகசியமோ அது போல
நீங்கள் வெளிப்படுத்துகிற அனைத்தும் கவிதை.

86.

ஒரு மீனுக்குப் பதிலாகப் பிறக்க வேண்டும் என்று எழுதுகிறேன்
காற்றெல்லாம் கடலாக மாறுகிறது
என் காதுகள் தானாகவே செவுள்களாக மாறுகின்றன
குழந்தைகளைப் போல உலகத்தை மாற்ற
எனக்கும் என் பேனாவிற்கும் தெரிந்திருக்கிறது.

87.

வானத்தில் வேர்கள் உள்ள மரம்
பூமியை நோக்கி வளருவதற்குப் பதிலாக
சூரியனை நோக்கி வளரும்.

88.

இனி இந்தப் பழத்தை
கிளைக்குத் திருப்பி அனுப்ப முடியாது என்று நினைத்தபோது
ஆதாம் ஆப்பிளைக் கடித்தான்.

89.

வெளிப்படையான கேள்வி
எப்போதும் பதிலைப் பொதுவில் வைத்திருக்கிறது.

90.

எங்களின் வாக்கு *(Vote)*
நன்றி கெட்ட குப்பையாகி விட்டது
தேர்தலைக் குப்பைத்தொட்டியாக மாற்றிய
ஒரு அரசியல்வாதியைக் கூட தண்டிக்க முடிவதில்லை
அடுத்த முறை செலுத்தும் வாக்காலும்.

91.

ஒரு பன்னாட்டு நிறுவனம்
வேறு எந்த உறுப்புக்குப் பதிலாகவும்
உடலெங்கும்
கோரைப் பற்களை மட்டுமே கொண்ட காட்டு விலங்கு.

92.

அன்பானவர்களிடம் பேசும்போது
நாம் சில சொற்களுக்கு விடுமுறை அளித்து விடுகிறோம்
சில சொற்களை விருந்தினராக ஏற்றுக் கொள்கிறோம்
அவற்றுள் பல அகராதிகளில் இல்லை.

93.

மனிதர்களைப் பார்த்து பயப்படத் தொடங்கிய பிறகு
ஒருவனுக்கு புது வாழ்க்கைத் தொடங்குகிறது
அதற்கு நரகத்தின் சாயல்.

94.

கடன் வாங்கும்போது
நமது மூன்றாவது கை வாங்கிக் கொள்கிறது.

95.

'உலகம் இன்னும் அழகானது'
- என்ற கவிதை ~
உடலின் எடையை குறைக்க விரும்புபவர்கள்
கொஞ்ச காலம் வெளியூர் சென்று விட்டு
அதே ஊருக்கு திரும்புகிறார்கள்
என்று முடிகிறது.

96.

சில பூக்களே விதைகளுக்குப் போதும் என்றாலும்
மரம் முழுதும் பூப்பது போல
நல்ல மனிதர்களாக இருப்பதற்குப் போதுமான நிபந்தனைகள்
இல்லாவிட்டாலும்
நாம் இன்னும் நல்லவர்களாக இருக்க வேண்டும்.

97.

தூங்குவதன் மூலம்
மரணத்தை எத்தனை முறை ஒத்திகை பார்க்கிறோம்
கண்ணெதிரே நடந்தாலும்
யாராலும் நம்ப முடியாத ஒத்திகை அது.

98.

இரவு உறங்கி
பொழுது விடிந்ததும் உங்கள் இதயம்
மலை மீது இருக்கும்
தனித்த வீடு போல அமைதியாக இருக்கிறதா?
உலகத்திற்கு உண்மையான அரசன் நீங்களே!

99.

பாலைவனத்தில் மணல் போலவோ
கடலில் நீரைப் போலவோ,
என் அன்பை எவ்வளவு வேண்டுமானாலும் எடுத்துக்கொண்டு,
என் இதயத்திற்குப் பொறுப்பு ஏற்பதாக
எனக்கு வாக்குறுதி கொடுப்பவள்
என் அடுத்த காதலி!

100.

அவசர காலத்தில் வெளியேறும் போது
கதவு அதிக பயன் மிக்கதாக மாறுவது போல
சில மனிதர்கள் இருக்கிறார்கள்.

101.

திருத்தப்படாத உலகத்தை
நான் பெரிதும் விரும்புகிறேன்
எல்லா மேன்மையும்
எல்லா கீழ்மையும்
அங்கு மகிழ்ச்சியுடன் பெயரிடப்பட்டுள்ளன.

102.

கடந்த காலத்தில் செய்த செயல்களில் இருக்கும் முட்டாள்தனம்
இப்போது தெரிகிறது எனில்
நாம் உண்மையாகக் காதலித்து இருக்கிறோம்.

103.

எதிரில் இருக்கும் கண்ணாடியால்
எதையும் இரட்டிப்பாக்க முடியும்
அதை உண்மையாக்க முடியாது.

104.

நம்மிடம் இருக்கும் கசப்பு
சோற்றுக் கற்றாழையின் கசப்பாகக் கூட இருக்கலாம்
எல்லாம் மாறிவிடும்
ஒரு நாள் வரும்
நம் உலகின் அதி இனிப்பாக எதுவும் மாறும்.

105.

அவளுக்கு உதட்டைப் போலவே
அழகான
இதயம் இருக்கும்
அவ்வளவு இனிமையாகப் பேசிச் சிரித்தாள்.

106.

எதிரிலிருப்பவரைக் காயப்படுத்தாமல் இருப்பதற்காக
அதிக வலியைச் சுமப்பதைக் காதல் என்றோ
அன்பு என்றோ சொல்வது
இளமையின் பிரச்சனைகளில் முதலில் இருக்கிறது.

107.

பிடிவாதம் ஒரு குளிர்சாதனப் பெட்டியைப் போல
உள்ளே நெருப்பாக இருந்தாலும் குளிரும்.

108.

போதுமானது என்பதை விட அதிகமானது அறம்
அது மகிழ்ச்சியின் கடைசி வடிவமான
மன நிறைவைத் தருகிறது.

109.

சூரியனை நேரம் காட்டும் கடிகாரமாகப் பார்த்துக்கொள்பவர்
மணி நிமிடம் போன்ற
இக்கட்டுகளில் இருந்து விலகி
சாவகாசமாக நேரத்தைப் பயன்படுத்துகிறார்.

110.

மாதம் மாதம் வாங்கும்
வீட்டிற்குத் தேவையான பொருட்களில் சிலவற்றை தவிர்த்தால்
வீட்டின் இயல்பு மாறுவதில்லை
ஆனால் பணப்பையின் இயல்பு மாறுகிறது.

111.

மறதிக்கு எதிரான போராட்டத்தின் பெயர்
நினைவாற்றல்.

112.

எந்த நிழலும் பயனற்ற முறையில் உருவாவதில்லை
அப்படி யாராவது சொன்னால்
தாவர உலகமே திரண்டு வந்து
சண்டைக்கு வரும்.

113.

அடுத்த நூற்றாண்டில்
நான் ரோபோவாக தான் பிறக்க போகிறேன்
அப்போதாவது
காதலின் வலியைத் தாங்க முடிகிறதா பார்க்கலாம் என்றால்
அதுவும் உதவாது போல
AI தொழில்நுட்பம்
ரோபோக்களையும் வருத்தமடைய செய்கிறது.

114.

மணல் மூட்டைகளுக்குப் பின்னால்
ஆயுதம் ஏந்தி இருக்கும் போர் வீரனை விட
அரிசி மூட்டைகளுக்கு முன்னால்
ஏழைகளிடம் கைகுலுக்கும் போர் வீரனை
அதிகம் நேசிக்கிறேன்.

115.

ஓய்வாக இருக்கும் போது
பழைய காதலிகளின் பெயரை எழுதுபவன்
உன்னதமான கவிஞன்,
ஆனால் கவிஞன் எப்போது ஓய்விலிருப்பான்?
புதிய காதலில் அல்லவா இருப்பான்.

116.

அந்தக் காதல் கடிதத்தை அவளிடம் கொடுக்காமல்
அதை விரித்து
கட்டாந்தரையில் அன்று படுத்திருந்தால்
இப்போது நிம்மதியாக தூங்கியிருக்கலாம்.

117.

பூமியில் முதலில் அதிகம் நேசிக்கப்பட்ட
உயிரினம் மழை
அடுத்ததாக
அதிகம் நேசிக்கப்பட்ட உயிரினம் பெண்
மழையினும் நீர்மை பெண் என்பது
உணர்ந்தவர்களுக்கே தெரியும்.

118.

சூரியன் மறைவதற்கும் சந்திரன் வருவதற்கும் இடையில்
ஒரு கடிதம் போல அலைந்து திரியும் மனிதர்கள்
இரவில் படுத்ததும்
கிணற்றின் அடியில் தங்கும் சிறு கல் போல
தூங்குகிறார்கள்.

119.

நாம் சேகரித்து வைத்திருக்கும்
அத்தனை உண்மைகளும் ஒரே நேரத்தில் தெரியாது.

120.

உணவைப் போல
முப்பொழுதும்
முத்தத்தை விரும்புகிற ஒருத்திக்கான
உதடுகளாக மாற
என்ன தவம் செய்ய வேண்டும் நான்.

121.

ஒரு நல்ல நகைச்சுவை
துயரத்தையும்
தூரத்தையும் பாதியாக குறைக்கிறது
அது நினைவில் இருந்தாலும்.

122.

அண்ணாந்து பார்க்கும் வரை
வானத்தில் நிலா அங்கேயே இருக்கும் என்பது
காதலின் சாத்தியங்களில் ஒன்று.

123.

சூரியனுக்கு முன்னால் நிற்கும் பனிக்கட்டி
தன் பெயரை
மெல்ல மெல்ல தண்ணீர் என்று மாற்றிக் கொள்கிறது.

124.

தண்ணீரைப் போல
தங்கத்தால் நீண்டகாலம் தனியாகத் தூங்க முடியாது.

125.

குளத்தில்
ஆழமாக மூழ்கும் இடத்தில்
தனித்துவமாக ஒளிர்கிறது நிலா.

126.

காலையில் உதிக்கும் சூரியனை
புதியதாக பிறந்த குழந்தையைப் போல பார்க்கிற கண்கள்
அதைவிட புதியவை.

127.

இரண்டு உதடுகளை
சரியாகப் பயன்படுத்துவது போல
முப்பத்தியிரண்டு பற்களையும்
நம்மால்
சரியாகப் பயன்படுத்த முடிவதில்லை.

128.

இறந்த பிறகு
எந்தக் காயத்தையும் குணப்படுத்த வேண்டிய அவசியம் இல்லை.

129.

சிகரெட்டை பற்ற வைப்பது
நமக்கு நாமே செய்யும்
ஒரு எளிய இறுதிச் சடங்கு.

130.

உடம்பில் உள்ள இருநூற்றி ஆறு எலும்புகளில்
பல எலும்புகளைப் பற்றிய அறிமுகம் கூட
வாழ்வின் இறுதிவரைக்கும்
நமக்கு இருப்பதில்லை
அதுபோலத்தான் பலகாலம் உடனிருப்பவரைப் பற்றி
பலவற்றை அறியாமல் வாழ்கிறோம்.

131.

காதுகளை
வாகனமாகப் பயன்படுத்த தெரிந்த ஒருவரை
கதை
எங்கு வேண்டுமானாலும் கூட்டிச் செல்லும்.

132.

/கண்ணாடிப் பெட்டியில் ஒளிந்து கொண்டவள்/
இந்தத் தொடரைக் கவிதை என்றும்
கதை என்றும் சொல்லலாம்
ஒளிந்து கொண்டவள் அழகி என்று
தெரிந்துகொண்டால்.

133.

மிக நீளமான கேள்விகள் பெரும்பாலும்
மிகச்சிறிய பதிலைப் பெறுகின்றன
அல்லது மௌனத்தைப் பதிலாகப் பெறுகின்றன.

134.

பழைய காதலியைப் பற்றி நினைத்துப் பார்ப்பது
ஒரு பேய் கதைக்குள் போவது போலவோ
அல்லது பூங்காவில் இருந்து
வெளியேறுவது போலவோ இருக்கிறது.

135.

தன் அழகைக் கடந்த வேறொன்றினால்
ரோஜா மட்டும்
எப்பொழுதும் முழுமையானதாக இருக்கிறது.

136.

இந்த இருள்
என் நாடோடி நடையை உங்களிடமிருந்து மறைத்தாலும்
உங்கள் கற்பனையில் இருக்கும் என் கால்களை
எதைக்கொண்டும் மறைக்க முடியாது.

137.

பேசுவதற்கும் உண்பதற்கும்
வாயை சம அளவில் பயன்படுத்துபவர்
ஞானியாக இருக்க வேண்டும்
அல்லது குண்டாக இருக்க வேண்டும்.

138.

கனிவாக
கண் வியக்கவும்
அதைத் தொடர்ந்து விழுங்கவும்
நாம் விரும்பும் வார்த்தையே உண்மையான கவிதை.

139.

உலகின் நீளமான உரையாடல்
காதலருக்கு இடையே மட்டுமே நிகழும்.

140.

வேறு எந்தப் பரிசையும்
விட்டுக்கொடுக்கத் தயாராக இருப்பவர்களுக்கு
அன்பு ஒரு பரிசாக கிடைக்கிறது.

141.

நீரில் குதித்த பிறகு
மேலே வர
நீச்சல் தெரிந்தவரின் கால்களுக்கு மட்டும் தென்படும்
படிக்கட்டுகள் இருப்பது போல
அறிவில் மட்டும் தென்படும்
சில வினோதங்கள் உலகில் உள்ளன,

142.

கடலுக்கடியில் இருக்கும்
ஒரு பழைய காளான் போல
எங்கிருந்து பார்த்தாலும்
எல்லோருடைய வாழ்க்கையிலும் உறைநிலைக்குக் கீழே
தலைகீழாக மாறிய எண்ணங்கள் பல
கைவிடப்பட்டோ மறதியாலோ இருக்கின்றன.

143.

குளிர்காலத்தை
தண்ணீர் அதிகம் சேமித்து வைப்பது போல
வெயில் காலத்தை உலோகங்கள் சேமிக்கின்றன.

144.

பூமியில் பிரச்சனைகளின் அளவு அதிகரிக்க காரணம்
நிலவை வானத்தில் நகரவிடாமல் நிறுத்தி பேச
பெண்களால் முடியும் என்று ஆண்கள் நம்புவதுதான்.

145.

எல்லாவற்றிற்கும் மேலாக மரணம் என்பது
வாழ்க்கை இருந்தது என்பதற்கான ஒரு அறிகுறி.

146.

யாரும் என்னை அழைக்காத போது
வழியில் ஒரு பூனை
ஆடம்பரமாக நடந்து செல்கிறது
முருங்கைப் பூ உலக அழகி போல இருக்கிறது
ஒரு நாளின் இந்தப் பகுதி ஒரு காவியம்.

147.

வானம் நுகரக்கூடிய பொருளாக மாறிவிட்டது.
நுகர்வுக்கு மாறிவிட்டபிறகு
வானம் அழியக்கூடிய பொருளாகவும் மாறும்.

148.

உங்களை நேசிக்கும் ஒருவரைக் கண்டு பிடியுங்கள்,
அவரிடம்
ஒரு பொய்யைச் சொல்லி
எதை வேண்டுமானாலும் நம்பவைக்க முடியும்.

149.

முட்டைக்குள் இருந்து
ஒரு குஞ்சுப் பறவை வெளிவரும்போது
முதலில் பாதுகாப்பு இல்லாதது போல தோன்றினாலும்
வாழ்வு அங்கிருந்துதான் தொடங்குகிறது.

150.

தலைச்சிறந்த துப்பறிவாளனும்
அவனுடைய வாயில் எத்தனை பற்கள் இருக்கின்றன என்று
அறிந்து வைத்திருப்பதில்லை.

151.

ஆவியாவதன் மூலம் தண்ணீருக்கு வயதாகிறது.

152.

சூரியனுக்கு குழந்தைத்தனம் அதிகம்
காலை முதல் மாலை வரை
நிழல்களைப் பெரியதும் சிறியதுமாக மாற்றி
எப்படி விளையாடுகிறது பாருங்கள்.

153.

எங்கு போனாலும்
நடந்து போகவே விரும்பும் மனிதர்களிடம்
அடுத்த நாளின் விடியலில்
ஒரு புதிய சூரியனும்
இரு புதிய கால்களும் இருக்கின்றன.

154.

தானியங்கள் போல சிதறி கிடக்கும் சொற்களை
எறும்புகளைப் போல வரிசையாக எடுத்து செல்வதுதான்
ஒரு எழுத்தாளனின் வேலை.
எறும்புகளுக்கு மழைக்காலம் தூண்டுதலாக இருப்பது போல
எழுத்தாளனுக்கு எதிர்காலம் தூண்டுதலாக இருக்கிறது.

155.

நமக்குப் பிடித்தமானவரோடு இருக்கும்போது
பூமியின் நிலப்பரப்பு குறைந்துவிடுகிறது.

156.

அழுது கொண்டே
ஆயுதங்களை எடுப்பவர்களுக்கு
மற்ற யாரையும் விட கோபம் அதிகம்.

157.

வானம் நிரந்தர திரையரங்கம்,
நேற்று பார்த்த நிலவை
இன்று யாரால் பார்க்க முடியும்?

158.

பிரச்சனைகள் இல்லாத
ஒருநாள்
எப்போதாவதுதான் வருகிறது
பிரச்சனைகள எதுவுமில்லாமல் இருப்பது
புதிய வகை சோர்வாக இருக்கிறது.

159.

பொய்யே உலகின் பழமையான பொருள்.
இதை உங்களால் நம்ப முடியாது
ஆனால் இதுதான் உண்மை.
உலகத்தில் உள்ள எல்லா உண்மைகளும்
இருளில் இருந்து தான் வந்தன
இருளுக்கு முன்பிருந்தே பொய் இருக்கிறது.

160.

தாவரங்களைத் தலைநிமிர செய்வது உட்பட
மழையைப் போல
வேறு எதனாலும் பூமியை மேம்படுத்த முடியாது.

161.

பூமியைக் காப்பதற்கு
மரங்களைப் பற்றிய கடைசி வரையறை
மரங்கள் மனிதர்களுக்கு உறவினர்கள்.

162.

வார்த்தையையும் முட்டையையும்
கவனமாக கையாள வேண்டும்
ஒருமுறை உடைந்தால்,
அவை பழுதுபார்க்க முடியாதவை.

163.

நினைவில் வைத்திருப்பது,
யாரும் பார்க்காமல்
ஒரு குழந்தை
தன் மிட்டாயை மறைத்து வைப்பது போன்றது
நீங்கள் எவ்வளவு மறைத்து வைத்திருக்கிறீர்கள்?

164.

வீட்டில் எல்லோரும் ஒரே நேரத்தில் உண்பது
- என்ற உதவிக்குறிப்பு,
நீங்கள் உணவு மேஜையில் இருக்கும்போது
உங்கள் நாய்
உங்களிடம் உணவு கேட்பதை நிறுத்த உதவும்.

165.

போக்குவரத்து சாதனங்கள் எதுவும் பயன்படுத்தாமல்
நம்மை புதிய இடங்களுக்கு அழைத்து செல்கின்றன புத்தகங்கள்.

166.

உடலில் உண்டாகும்
இரண்டு வகை பசிகள் இல்லாமல் போனால்
பூமியில் உள்ள எல்லா மனிதர்களும்
ஒழுக்கத்துடனும் நேர்மையுடனும் இருப்பார்கள்.

167.

ஆழமாகச் செல்லும் மரத்தின் வேர்
பறவைகளின் பாடலாக இருக்கிறது
மரத்திலிருந்து உதிரும் இலை
மரம் எழுதிய
மழைக்கான கடிதமாக இருக்கிறது.

168.

கற்பனைத்திறன் உள்ளவன்
ஒன்றுமில்லாத உலகத்தைக் கூட
மிகப் பிரமாண்டமானதாக மாற்றிவிடுகிறான்.

169.

கிட்டத்தட்ட இருக்கிறது -
ஏதோ இருக்கிறது-
இவை இரண்டும்
ஒரு பள்ளத்தின் அடியில் கிடக்கும் இரண்டு சடலங்கள்.

170.

இரவுக்கு நட்சத்திரங்கள் போதுமானதல்ல
ஆனால் தூங்குகின்ற நேரம் வந்ததும்
அதை மறந்துவிடுகிறோம்.

171.

பாலைவனத்தைக் கடப்பது
ஆன்மீகப் பயிற்சியின் வேறு வடிவம்
சிகரத்தில் ஏறுவது
போர் ஒத்திகையின் வேறு வடிவம்
வழியில்லாத காட்டிற்குள் போவது
சுயபரிசோதனையின் சரியான வடிவம்.

172.

எப்படி மன்னிப்பு கேட்பது என்று தெரியாதவர்கள்
மிக மெல்லிய இருட்டில் இருக்கிறார்கள்.

173.

வீடற்றவர்கள்
கண்ணுக்குத் தெரியாத கூரையின் கீழே படுத்து இருக்கிறார்கள்
அவர்கள் ஓட்டுபோட்ட அரசாங்கம்
வேறு கிரகத்தில் ஆட்சியிலிருக்கிறது.

174.

எந்த ஆணைவிடவும்
உயரமான பெண்கள் இருக்கும் ஊரில்
காதலுக்கு இரண்டு வரையறை உண்டு.

175.

எனது இரகசியம்
விவரிக்க முடியாத புன்னகையாகவும்
எனது மர்மம் விவரிக்க முடியாத ஆயுதமாகவும் இருக்கிறது.

176.

பூசாரிகளைப் போல
மத போதகர்களைப் போல
சிறந்த நாத்திகவாதிகள் யாரும் இல்லை.

177.

ஒவ்வொரு விடியலும்
ஒரு வாக்குறுதி போல இருக்கிறது
தூங்கும் முன்
அடுத்த நாள் அதைக் கேட்டுவிட உறுதியேற்றாலும்
விடிந்ததும் மறந்துவிடுகிறோம்.

178.

தொப்புள் இருக்கும் இடத்தில்
நமக்குக் கண்கள் இருந்தால்
அழகைப் பற்றிய நமது வரையறைகள்
பெரிதும் மாறி இருக்கும்.

179.

நதியைப் பற்றி பேசும் நாக்குகள்
கோடையில் கூழாங் கற்களாகவும்
மழைக் காலத்தில் மீன்களாகவும் இருக்கின்றன.

180.

நிலா - பிரபஞ்சத்தின் மண்டை ஓட்டில் உள்ள பள்ளம்
அதில் விழுந்து எழாதவர்கள் யாரும் இல்லை
குழந்தைகளும் காதலர்களும் தாருமாறாக விழுகிறார்கள்.

181.

தாகத்தை அழுகையாக மாற்றிவிடும்
குழந்தைகளைப் போல
காதலை எதுவாக மாற்றுவது என்று
பெரியவர்களுக்குத் தெரியாமலிருப்பதே
எல்லா காலத்திற்குமான பிரச்சனை.

182.

மரங்கள் நம்பிக்கைக்குரியவை
அதனால் நான் அவற்றின் பன்மையாக இருக்கிறேன்.

183.

பிறந்தபோது அறியாமை மட்டுமே என்னிடம் இருந்தது
ஆனால் நான் மற்றவர்களுக்கு
சிரிப்பைத்தான் முதலில் வழங்கினேன்.

184.

எல்லா பெண்களும்
தங்களை மிகவும் அழகிகள் என்று நினைப்பதாலும்
எல்லா ஆண்களும்
தங்களை மிகவும் புத்திசாலிகள் என்று நினைப்பதாலும்
பூமியில்
முட்டாள்களின் எண்ணிக்கையை இரட்டிப்பாக்குகிறார்கள்.

185.

அம்மாவின் மார்புகளை
ஆம் இல்லை என்ற
இரு சொற்களாகல் கருதுகிறது குழந்தை.

186.

தெருவில் விளையாடும் குழந்தைகளிடம்
தூய்மையான நிகழ்காலம் இருக்கிறது.
தூங்கும் குழந்தைக்கு பக்கத்திலேயே
எதிர்காலம் இருக்கிறது.

187.

சூரியன் இல்லாமல்
வானம் மேகமூட்டத்துடன் இருக்கிறது
இது வானத்தின் விடுமுறைநாள்.

188.

'குழந்தை பொருள்களை விரலால் சுட்டிக்காட்டுகிறது
அதற்கு எந்தப் பெயரும் தெரிவதில்லை
வயதானவர் பொருள்களை விரலால் சுட்டிக்காட்டும் போது
அவருக்கு எந்தப் பெயரும் நினைவில் இருப்பதில்லை.

189.

நான் தொட்டும் அளவுக்கு
வானம் இறங்கி வரட்டும் என்று ஆசைப்படவில்லை
ஆனால் வானத்தைத் தொட்டுப் பார்க்கும் அளவு
உயரமாக வேண்டும் என்று ஆசைப்படுகிறேன்.

190.

இல்லாததை முழுவதுமாகக் கொடுத்து விட முடியாது
எப்படியும் மீதி இருந்துவிடும்.

191.

மகிழ்ச்சியா இருக்கிறீர்களா? என்ற கேள்விக்கு
அடிக்கடி பதில்களை மாற்றிக்கொண்டே இருப்பவர்
தனக்கான மகிழ்ச்சியை அடையாளம் காணத் தெரிந்தவர்.

192.

சிறிதும் ஒளிராத நிலா
வானத்தில் இரண்டு நாட்கள் இருக்கிறது என்பதை
பலரும் நம்புவதில்லை
பார்க்க முடியாததால்
முதுகு இல்லை என்று சொல்வது போன்றது.

193.

இரவை மென்மையான பொருளாகக் கையாள
தூங்கிவிடுவது நல்ல வழி
மற்றபடி அது கருங்கல் பாறையின்
எல்லா குணங்களையும் பெற்றிருக்கிறது.

194.

நாம் புறக்கணிக்கும்
எளியவர்களின் உண்மை
ஒருநாள் நம்மை நோக்கி இருளாகத் திரும்பிவரும்.

195.

பயம் நமக்குள் இருக்கும் குகை
அதிலிருந்து எப்படி வெளியேற நினைத்தாலும்
ஒரு கால் அங்கேயே தங்கிவிடுகிறது.

196.

மனிதர்கள் நீந்துகிறார்கள் என்று
வியக்கும் மீன்களைப் போலவே
மனிதர்கள் பறப்பதில்லையே என்று
பறவைகள் வியப்படைகின்றன.

197.

வேறு எந்த வாய்ப்பையும் உருவாக்காமல்
எறியும் கல் தண்ணீரில் அமிழ்வதுபோல
காதலுள் இருக்க வேண்டும்
அப்போதுதான் கண்ணீர்விட்டால் யாருக்கும் தெரியாது.

198.

முட்டாள்களிடம் விவாதிப்பதை பெரிதும் தவிர்க்க வேண்டும்
சீக்கிரம் அவர்களிடம் கருத்துக்கள் தீர்ந்துவிடுவதால்
இரண்டு கைகளைக்கொண்டு நம்மைச் சமாளிக்கப்
பார்ப்பார்கள்.

199.

சூரிய ஒளி முதல் மின்மினி ஒளி வரை
எல்லா ஒளிகளுக்கும்
ஒரே எடைதான்
வெளிச்சம் மட்டுமே வேறுபாடு.

200.

அவள் பேசும்போது
சொற்கள் ஊஞ்சலாக மாறுகின்றன
நான் அதில் படுத்து கொள்கிறேன்.

201.

குழந்தைகள் சினுங்கி அழும் போது
கூடவே
ஒரு இசைக்கருவி ஒலிக்கிறது.

202.

வயதானபிறகு
கடைசியில் காதலின் நிலப்பரப்பாக மிஞ்சுவது
உதடுகள்தான்
அதனால் உங்கள் துணையிடம் இன்னொருமுறை என்று கேட்க
தயங்கவேண்டாம்.

203.

சில நேரங்களில்
ரயிலில் இருந்து இறங்கும்போது
தூக்கத்திலிருந்தும் இறங்குகிறோம்.

204.

முதலாளித்துவம்
நமக்கு மகிழ்ச்சியின் தவறான உருவத்தை அளிக்கிறது
அவ்வுருவம் எதிரிலிருப்பவருக்குக் காது கேட்காதபோதும்
முழு வாயையும் பேசுவதற்கே பயன்படுத்துகிறது.

205.

ஒரு நல்ல மனிதராக இருக்க முயற்சிப்பது
நமக்கு மகிழ்ச்சியைத் தருகிறது
பலருக்கு இது தெரிவதில்லை.

206.

முன்பின் தெரியாத பெண்ணின் சிரிப்பு
நம்மிடம் இருக்கும்
அழகு பற்றிய எண்ணத்தை மாற்றக்கூடியது
சிரித்துவிட்டு போய்விட்டாள்
அவள் கன்னக்குழியிலிருந்து மேலேற முடியவில்லை.

207.

என் வாழ்க்கை
காயம்பட்டவர்களுக்கு உண்மையாக இருக்க
முயற்சிக்கிறது
காயங்களுக்கு அல்ல.

208.

உங்கள் இதயம் எனக்கு ஒரு பள்ளத்தாக்கு.

209.

நீ பிரிந்துபோய்விட்டாய்
என் இதயத்தில் இருந்து
ரத்தம் வழிகிற ஓசையை
யாராவது வயலினில் வாசிப்பார்கள்.

210.

ஆண் தப்பிப்பதற்காகப் பொய் சொல்கிறான்
அதேசமயம் பெண் அவனைத் தவிர்க்க விரும்பும்போது
பொய் சொல்கிறாள்.

211.

சொற்களுக்கு மிக அருகில்
ஒரு கவிஞனைப் போல யாராலும் இருக்க முடியாது
சில நேரங்களில் காதலர்கள் இருக்கிறார்கள்.

212.

நான் என்ன செய்ய விரும்புகிறேனோ அதில் பாதியை
என் ஆடு செய்கிறது,
மீதி பாதியை என் காதலி செய்கிறாள்
இவ்விருவருக்கும் இடையில்
என் இதயம் பெண்டுலம் போல ஆடுகிறது.

213.

சற்று முன் பிறந்த குழந்தையின் மீது
நாம் காட்டும் அன்பு
உலகத்தின் புத்தம் புதிய அன்பு.

214.

கடும் வெயில் காலத்தில்
சிறு மரத்தின் நிழலும்
கதாநாயகத் தன்மை பெற்றுவிடுகிறது.

215.

யாருமற்றவர்கள் இன்னும் கொஞ்ச நேரம் தூங்கட்டும்
பசியால்
படுக்கும் இடத்தால்
நள்ளிரவுக்குப் பிறகு தூங்கியிருக்கலாம்
பிரிந்தவர்களுக்காக
இறந்தவர்களுக்காக
கெட்டக் கனவுகளுக்காகக் தூக்கம் கெட்டிருக்காலம்
யாருமற்றவர்கள் இன்னும் கொஞ்ச நேரம் தூங்கட்டும்.

216.

நீங்கள் எந்த வார்த்தைகளையும் பேசவேண்டாம்
அருகில் இருக்கும் ஒருவரை
அதிகபட்சம் அன்பு ஒழுக பார்த்துவிடுங்கள் போதும்,
பிறகு உலகத்தில் இருக்கும்
எல்லா நல்ல வார்த்தைகளுக்கும் அவர் உறவினராகிவிடுவார்

217.

மௌனம் எதை எதையோ மறைக்கும் தீவாக இருக்கிறது.

218.

முதன்முறையாக
நெருப்புத் துண்டுகளைப் பார்க்கும் ஒருவனுக்கு
நெருப்பு
விருப்பமான திண்பண்டம் போல தோன்றும்.

219.

பசியோடு இருக்கும்போது
பச்சைக் காய்கறிகள்
சிறிது வெளிச்சத்தை உண்டாக்கி விடுகின்றன.

220.

இதன் எடை பதினைந்து முதல் முப்பது கிராம் வரை
இது நான்கு முதல் ஆறு சென்டிமீட்டர் அளவில் இருக்கிறது
இந்தத் தைராய்டு
ஒரு வண்ணத்துப்பூச்சி
இது கழுத்தை கட்டிப்பிடிக்கிறது.

221.

எல்லாவற்றிற்கும் மேலாக,
மரணம் என்பது வாழ்க்கை இருந்தது என்பதற்கான
ஒரு அறிகுறியாகும்.

222.

வரலாறு முழுவதும்
காதல் மற்றும் அதன் சுற்றுப்புறங்கள் போன்று
இலக்கிய, தத்துவ ஆர்வத்தை
வேறு எதுவும் தூண்டவில்லை.

223.

மிகவும் தீவிரமான காதல்
இன்னொருவரால் கோரப்படாத காதல்
அதாவது ஒருதலைக் காதல்.

224.

விடியல் என்பது வேறு ஒன்றும் இல்லை
சிறிய உயிரினங்களுக்கு
அல்லது உணவு தேவையுள்ள உயிரினங்களுக்கான
பூமியின் ஒரு முயற்சி.

225.

வறுமை இருக்கும் நாட்டில்
இறந்தவர்கள் மட்டும் ஆபத்தில்லாமல் இருக்கிறார்கள்.

226.

நன்றாகத் தூங்குவதில் போதுமான மகிழ்ச்சி உள்ளது.

227.

இயற்கை சீற்றங்களில் எல்லாவற்றையும் இழந்தவர்கள்
மீண்டும் வாழ்க்கையைத் தொடங்க
முதலில் தேவைப்படுவது
உதவிக் கரங்களைத் தவிர வேறு எந்தச் சாமான்களும் இல்லை.

228.

வீட்டின் முன்
தொட்டியில் இருக்கும் கிறித்துவின் முள் செடி(Crown-of-thorns)
சிவந்த பூக்களை ஏந்தி
சூரியனின் எல்லா கோடைகளையும்
நமக்காகப் பொறுத்துக்கொள்கிறது.

229.

நீரில் மூழ்குவதற்குப் பழக்கப்பட்ட உயிரினங்கள்
கோடையில் எப்படி மூழ்குவது என்று தெரியாமல்
இறக்கின்றன.

230.

அனுபவம்~
உருவம் இல்லாத ஒரு உறுப்பு போல
நம்மிடம் வளர்ந்து கொண்டே இருக்கிறது.

231.

ஒரு அழகான இளம் பெண்ணுக்காக
வயதான ஆண்கள்
ஒரு கரையில் மீன்பிடிப்பதை நினைத்துப் பாருங்கள்.
அவர்களின் 'அதிர்ஷ்டம்' எவ்வளவு தூரத்தில் இருக்கும்?

232.

அதிக நேரம் தூங்குபவனுக்கு நிகழ்காலம் குறைவு.

233.

அன்பானவரே நீங்கள் காணாமல் போனால்
ஒவ்வொரு இரவிலும்
வானத்தில் உள்ள
நட்சத்திரங்களை என்ன செய்வது?

234.

குழந்தை பருவத்தில்
கைநீட்டி இரசித்த
மழையை போன்ற அழகான பெண் அவள்
என் துரதிஷ்டம் அவளுக்குத் திருமணமாகிவிட்டது.

235.

பறவைகளின் எலும்புகளைக் கிளைகளாக வைத்திருக்கும்
உதிர்ந்த மரத்தடியில் நிற்பவர்
விண்வெளியில் இருப்பவர்களை விட
தனிமையில் இருக்கிறார்.

236.

இக்கட்டான நேரங்களில்
நீங்கள் உங்களை விட்டு ஓடிவிடுகிறீர்கள்
அதனால் உங்களைப் பற்றி
அதிகம் தெரியாத
முதல் நபராக மாறுகிறீர்கள்.

237.

காலடித் தடங்கள் குறையும் போது
ஒற்றையடிப் பாதைகள் மறைய தொடங்குகின்றன
உறவுகளும் அப்படித்தான்.

238.

நிறுத்துவதற்கு வசதியில்லாததால்
மழைக்கு ஒண்டும் ஆட்டுக்குட்டிபோல
மரத்தில் சாய்த்து நிறுத்தியிருந்த வண்டியை
திரும்பவும் ஓட்டிச் செல்லும்போது
ஒலிக்கும் ஹாரன்
ஆடு போலதான் கத்துகிறது.

239.

நிலத்தில் எவ்வளவு உறுதியானதும்
ஒரு நாள் தூசியாக மாறும்
வலதுசாரிகளுக்கு இதைப் பற்றிய அறிவு ஒருபோதும்
இருப்பதில்லை
இடதுசாரிகள் இதைச் சொல்வதையே
வேலையாக வைத்திருக்கிறார்கள்.

240.

உன் நிழலின் பாரத்தைத் தாங்க
நான் தயாராக இருக்கிறேன் என்று சொன்னால்,
என்னை நம்பாதே,
இன்னும் என்னுடைய நிழலைத் தாங்கிக்கொள்ள வழி
தேடுகிறேன்.

241.

தீமைக்கு எல்லை இருப்பதாக நினைத்து ஓடுபவரின் கால்கள்
ஒருபோதும் கடைசி அடியைக் கண்டுபிடிக்காது.

242.

சாப்பிடுவதற்கு வாயைப் பயன்படுத்தக் கூடாது என்ற
சட்டத்தை
இறந்தவர்கள் பின்பற்றி நடப்பது போல,
யோசிப்பதற்கு மூளையை பயன்படுத்தக் கூடாது என்று
பக்தர்கள் பின்பற்றி நடக்கிறார்கள்.

243.

உண்மை சூரியனைவிட பழமையானது,
ஆனால் அடுத்த நொடியில் உருவாகும் புதிய பொய்யே
சூரியனைவிட அதிகமாக ஒளிரும்.

244.

நாம் விரும்புகிறவருடன் செல்ல
சிறந்த போக்குவரத்து சாதனம்
கால்கள்.

245.

உண்மையிலும் அழகு இருக்கிறது
பொய்யிலும் அழகு இருக்கிறது
உண்மையில் இருக்கும் அழகு குழந்தையின் சிரிப்பைப் போல
பொய்யில் இருக்கும் அழகு முன்னால் காதலியின் சிரிப்பைப்
போல.

246.

ரோஜாக்களால் குணப்படுத்த முடியாத
சில நோய்கள் இருப்பதை
நான் தாமதமாகவே நம்பினேன்